Impressum
Verlag: BABADADA GmbH, Nedderfeld 112 , 22529 Hamburg
Geschäftsführer / Verlagsleitung: Harald Hof
Druck: Books on Demand GmbH, In de Tarpen 42, 22848 Norderstedt

Imprint
Publisher: BABADADA GmbH, Nedderfeld 112 , 22529 Hamburg, Germany
Managing Director / Publishing direction: Harald Hof
Print: Books on Demand GmbH, In de Tarpen 42, 22848 Norderstedt

학교

shule

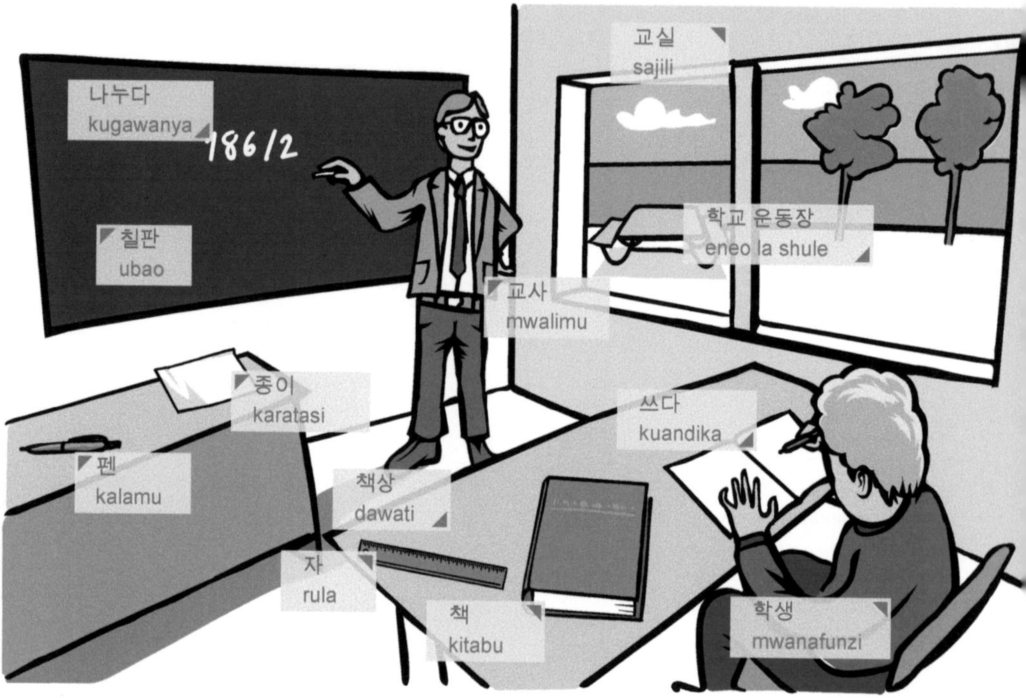

교실
sajili
나누다
kugawanya
186/2
칠판
ubao
학교 운동장
eneo la shule
교사
mwalimu
종이
karatasi
쓰다
kuandika
펜
kalamu
책상
dawati
자
rula
책
kitabu
학생
mwanafunzi

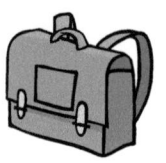

책가방

mkoba

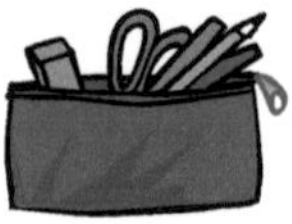

필통

kikasha cha penseli

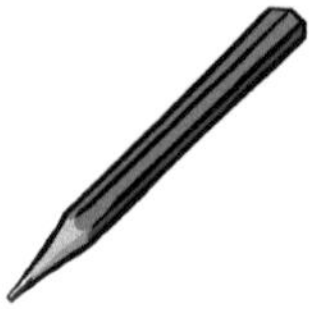

연필

penseli

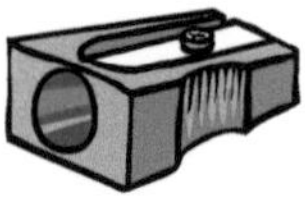

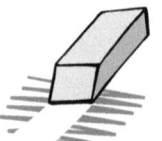

연필깎이

kichonga penseli

지우개

mpira

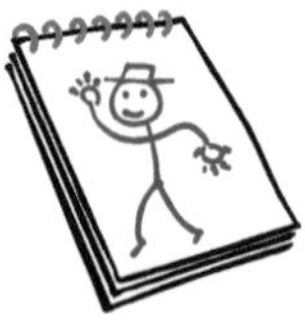

스케치북

pedi ya kuchora

그림
uchoraji

붓
brashi ya rangi

그림물감 통
sanduku la rangi

가위
mkasi

풀
gundi

연습장
daftari

숙제
kazi ya nyumbani

12

숫자
nambari

2+2

더하다
jumlisha

5-2

빼다
ondoa

2×2

곱하다
zidisha

계산하다
kokotoa

A

글자
barua

ABCDEFG
HIJKLMN
OPQRSTU
VWXYZ

알파벳
alfabeti

날말
neno

텍스트

maandishi

읽다

kusoma

분필

chaki

수업시간

somo

출석부

sajili

시험

uchunguzi

증명서

cheti

교복

sare za shule

교육

elimu

백과사전

elezo

대학교

chuo kikuu

현미경

darubini

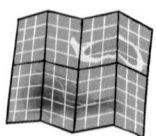

지도

ramani

휴지통

kikapu cha kuweka karatasi chafu

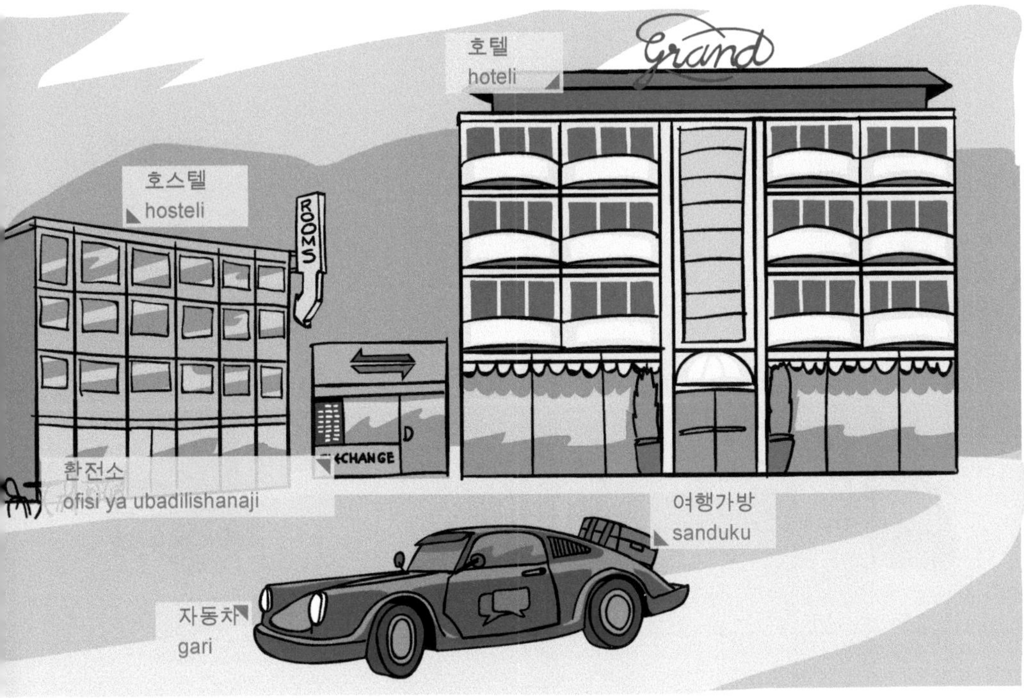

호텔
hoteli
Grand
호스텔
hosteli
ROOMS
EXCHANGE
환전소
ofisi ya ubadilishanaji
여행가방
sanduku
자동차
gari

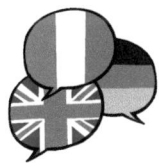

언어

lugha

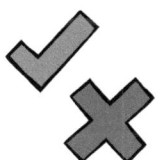

예 / 아니오

ndiyo / la

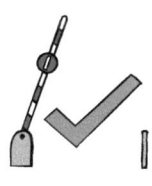

좋아

sawa

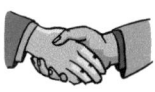

안녕

hujambo

번역가

mtafsiri

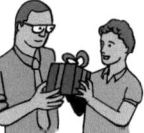

고마워, 고마워요

Asante

... 얼마입니까?

kiasi gani ni ...?

나는 이해하지 못합니다

Sielewi

문제

tatizo

안녕하세요!

Jioni njema!

안녕하세요!

Habari za asubuhi!

잘자요!

Usiku mwema!

또 만나요

kwa heri

방향

mwelekeo

수하물

mizigo

가방

mfuko

배낭

shanta

손님

mgeni

방

chumba

침낭

begi la kulalia

텐트

hema

여행 안내
taarifa ya utalii

해변
ufuo

신용카드
kadi

아침식사
kifunguakinywa

점심식사
chakula cha mchana

저녁식사
chakula cha jioni

승차권
tiketi

승강기
kuinua

우표
muhuri

경계
mpaka

세관
mila

대사관
ubalozi

비자
visa

여권
pasipoti

운반

usafiri

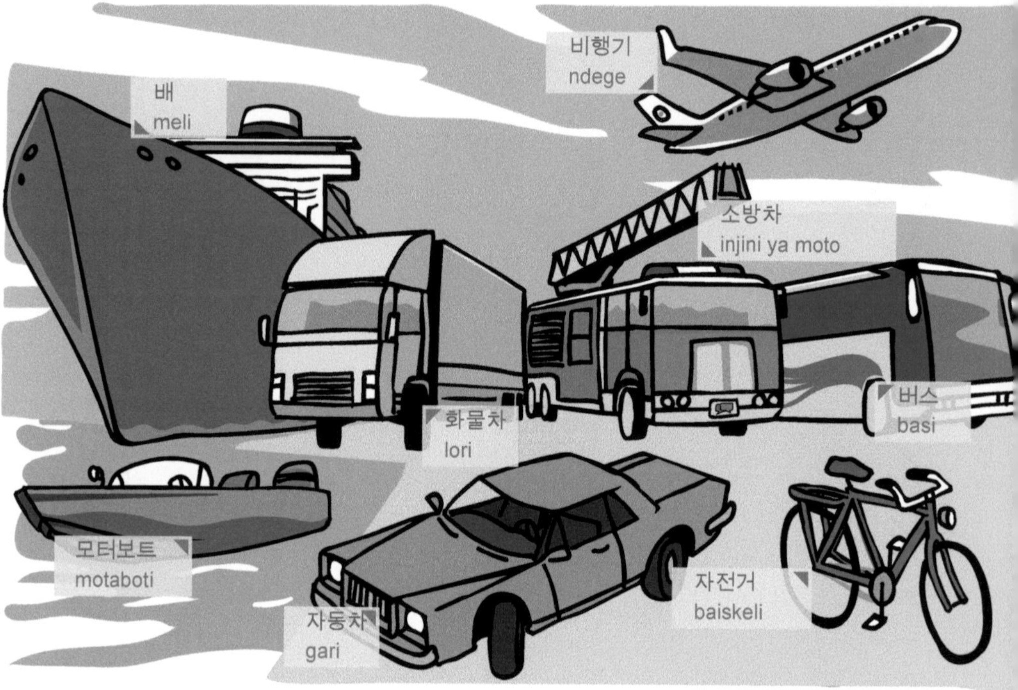

비행기
ndege
배
meli
소방차
injini ya moto
화물차
lori
버스
basi
모터보트
motaboti
자전거
baiskeli
자동차
gari

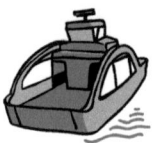

페리

feri

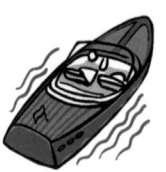

보트

mashua

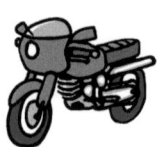

오토바이

pikipiki

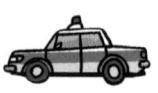

경찰차

gari la polisi

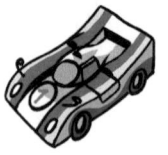

경주차

gari la mashindano

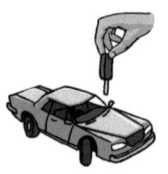

렌트카

gari la kukodisha

카셰어링

kushiriki gari

견인차

lori la kuvuta

쓰레기차

ukusanyaji taka

모터

motor

연료

mafuta

주유소

kituo cha mafuta

교통 표지

ishara trafiki

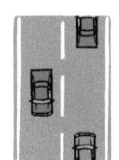

교통

trafiki

교통 정체

msongamano

주차장

maegesho

기차역

kituo cha treni

트랙터

reli

기차

garimoshi

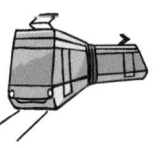

전차

tremu

객차

gari la mizigo

헬리콥터

helikopta

공항

uwanja wa ndege

타워

mnara

승객

abiria

컨테이너

chombo

상자

katoni

카트

mkokoteni

바구니

kikapu

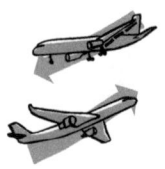

출발하다 / 도착하다

ondoka

도시
jiji

마을

kijiji

도심

katikati ya jiji

집

nyumba

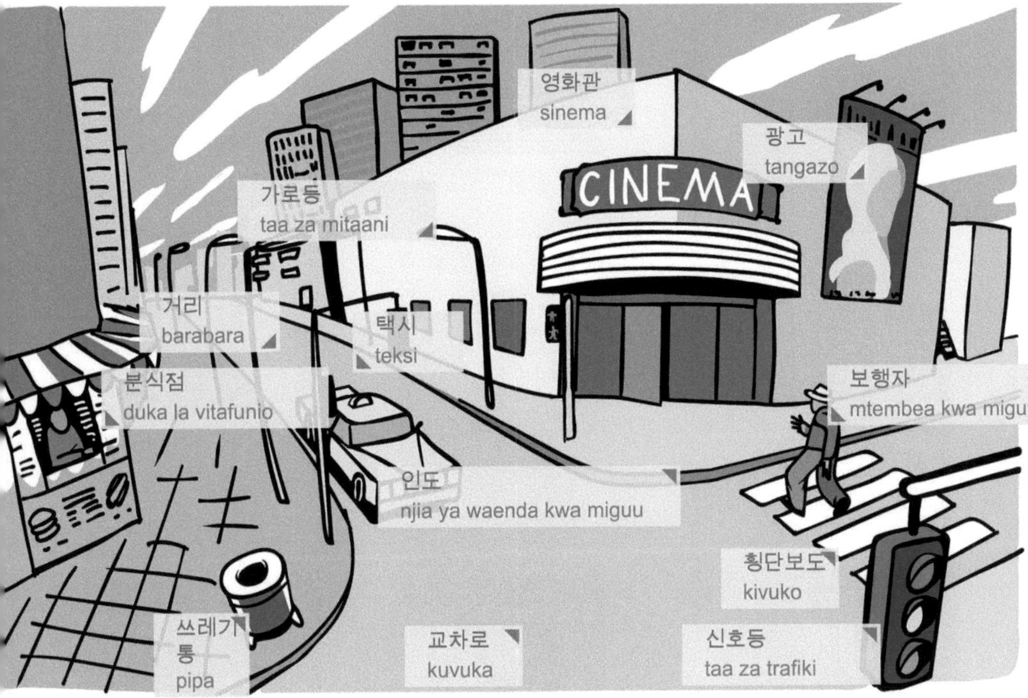
영화관
sinema
광고
tangazo
CINEMA
가로등
taa za mitaani
거리
barabara
택시
teksi
분식점
duka la vitafunio
보행자
mtembea kwa migu
인도
njia ya waenda kwa miguu
횡단보도
kivuko
쓰레기통
pipa
교차로
kuvuka
신호등
taa za trafiki

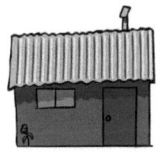

오두막

kibanda

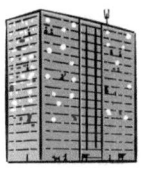

주택

gorofa

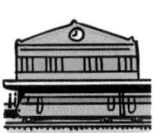

기차역

kituo cha treni

시청

ukumbi wa mji

MUSEUM

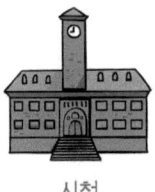

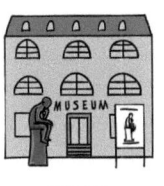

박물관

Makavazi

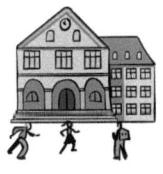

학교

shule

대학교
chuo kikuu

은행
benki

병원
hospitali

호텔
hoteli

약국
duka la dawa

사무실
ofisi

서점
duka la kitabu

상점
duka

꽃가게
duka la maua

수퍼마켓
dukakuu

시장
soko

백화점
idara ya kuhifadhi

생선가게
mwuza samaki

쇼핑 센터
kituo cha ununuzi

항구
bandari

공원
Hifadhi

벤치
benki

다리
daraja

계단
vidato

지하철
chini ya ardhi

터널
handaki

버스 정류장
kituo cha mabasi

바
bar

레스토랑
mgahawa

우체통
sanduku la posta

도로 표지판
ishara ya barabara

주차료 징수기
mita ya maegesho

동물원
bustani ya wanyama

수영장
kidimbwi cha kuogelea

모스크 사원
msikiti

농장

shamba

환경오염

uchafuzi

공동묘지

makaburini

교회

kanisa

놀이터

uwanja wa michezo

절

hekalu

풍경

mazingira

잎
jani

이정표
ishara ya mwelekeo

길
njia

초원
malisho

돌
jiwe

도보여행자
mtembeaji wa masafa

나무
mti

강
mto

잔디
nyasi

꽃
ua

계곡
bonde

산
kilima

호수
ziwa

숲
msitu

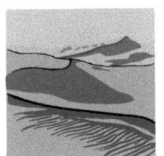

사막
jangwa

화산
volkano

성
ngome

무지개
upinde wa mvua

버섯
uyoga

야자나무
mtende

모기
mbu

파리
kuruka

개미
chungu

벌
nyuki

거미
buibui

딱정벌레
mende

개구리
chura

다람쥐
kuchakuro

고슴도치
nungunungu

토끼
sungura

부엉이
bundi

새
ndege

백조
swan

맷돼지
nguruwe mwitu

사슴
kulungu

순록
aina ya kongoni

댐
bwawa

풍력 터빈
tabo ya upepo

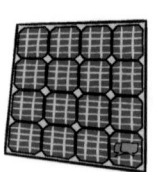

태양광 전지판
nishaji ya jua

기후
hali ya hewa

레스토랑
mgahawa

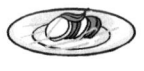

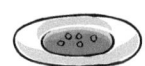

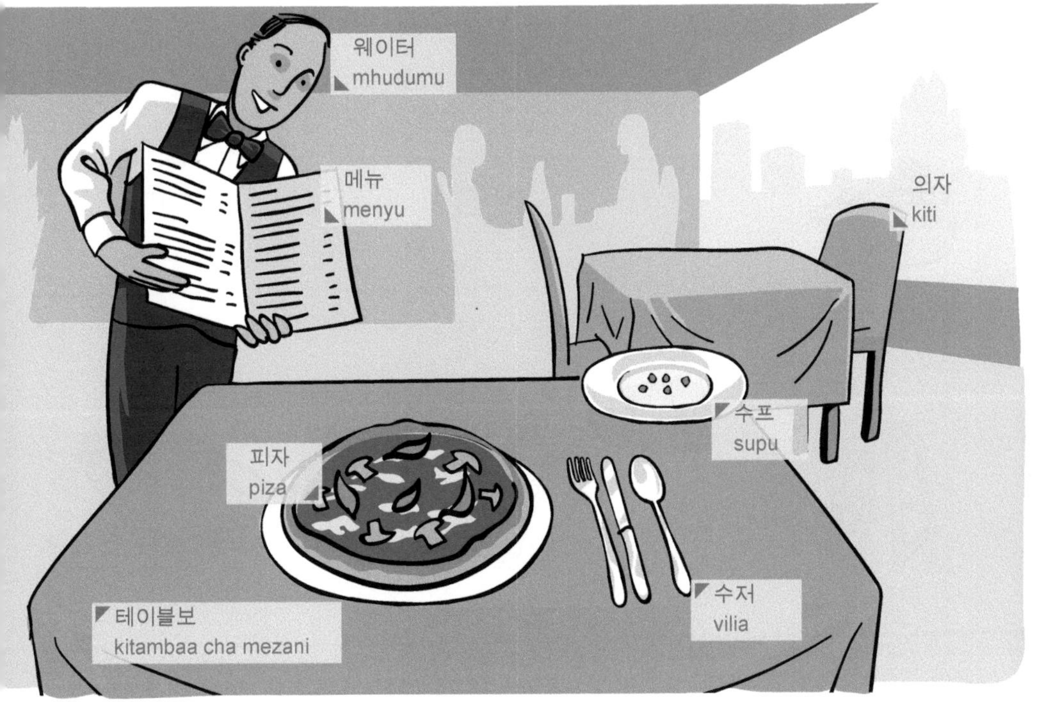
웨이터
mhudumu
메뉴
menyu
의자
kiti
수프
supu
피자
piza
테이블보
kitambaa cha mezani
수저
vilia

전채요리

kiamsha hamu

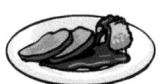

주요리

kozi kuu

후식

kitindamlo

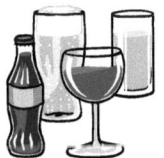

음료수

vinywaji

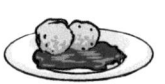

음식

chakula

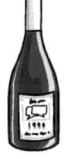

병

chupa

인스턴트 식품

chakula cha haraka

길거리음식

Streetfood

찻주전자

buli

설탕통

kisanduku cha sukari

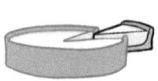

인분

sehemu

에스프레소 머신

mashine ya espresso

높은 의자

kiti kirefu

계산서

muswada

쟁반

trei

칼

kisu

포크

uma

숟가락

kijiko

찻숟가락

kijiko cha chai

냅킨

nepi

유리잔

glasi

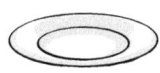

접시

sahani

수프 그릇

sahani ya supu

컵 받침

sufuria

소스

mchuzi

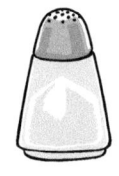

소금통

kichanyaji chumvi

후추통

kinu cha pilipili

식초

siki

기름

mafuta

양념

viungo

케첩

kechapu

겨자

haradali

마요네즈

kachumbari nzito

수퍼마켓

dukakuu

특가 판매
ofa maalum
FOR
고객
mteja
유제품
maziwa
과일
matunda
트롤리
toroli

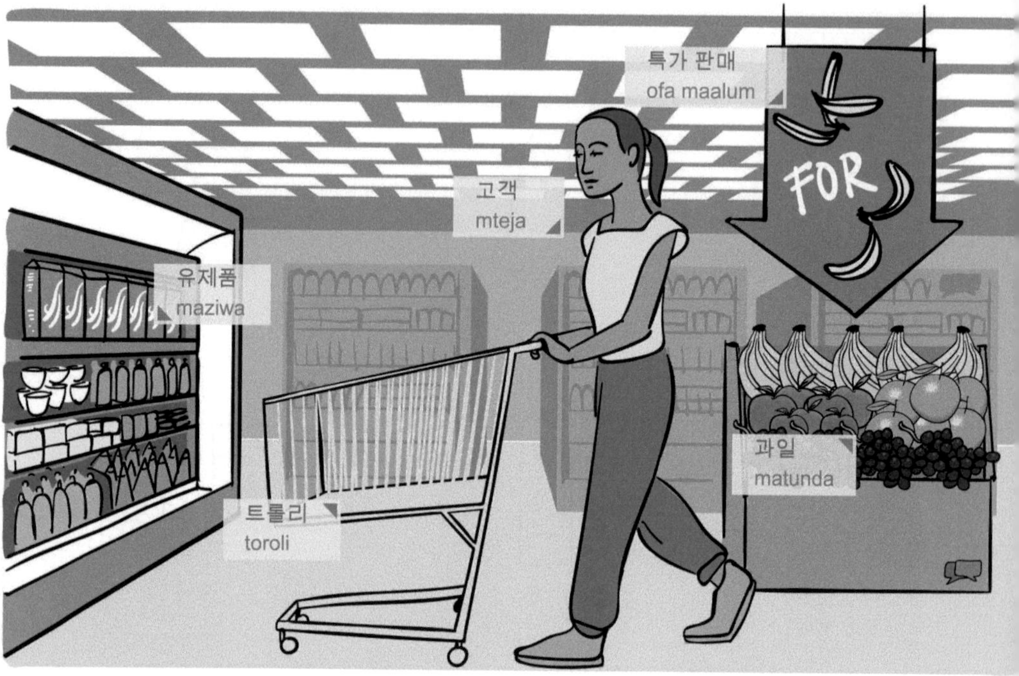

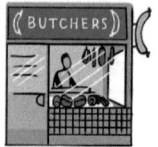

BUTCHERS

정육점

mchinjaji

BAKERY

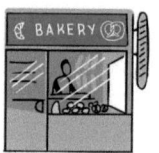

빵집

mwokaji

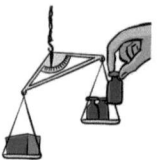

무게가 나가다

uzito

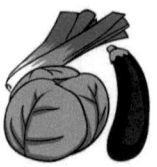

채소

mboga

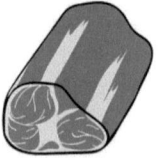

고기

nyama

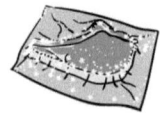

냉동식품

chakula waliohifadhiwa

냉육

vipande vya nyama baridi

통조림

chakula cha kopo

가루 세제

sabuni ya unga

달콤한 간식

pipi

가정용품

bidhaa za kaya

세척제

bidhaa za kusafisha

판매원

mtu mauzo

계산대

mpaka

계산원

keshia

구매목록

orodha ya manunuzi

문 여는 시간

masaa ya ufunguzi

지갑

mkoba

신용카드

kadi

가방

mfuko

비닐 봉투

mfuko wa plastiki

물
....
maji

주스
....
sharubati

우유
....
maziwa

콜라
....
coke

와인
....
mvinyo

맥주
....
bia

술
....
pombe

카카오
....
kakao

차고
....
chai

커피
....
kahawa

에스프레소
....
spreso

카푸치노
....
kapuchino

바나나

ndizi

사과

tufaha

오렌지

machungwa

수박

tikiti

레몬

lemon

당근

karoti

마늘

kitunguu saumu

대나무

mianzi

양파

kitunguu

버섯

uyoga

견과류

karanga

국수

nudo

스파게티

spageti

쌀

mpunga

샐러드

saladi

감자칩

vibanzi

감자튀김

viazi vya kukaanga

피자

piza

햄버거

hambaga

샌드위치

sandwichi

커틀렛

kipande

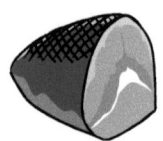

햄

paja la mnyama

살라미

salami

소시지

soseji

닭

kuku

구이

choma

생선

samaki

오트밀

oats ya uji

뮤슬리

muesli

콘플레이크

cornflakes

밀가루

unga

크루아상

kroisanti

롤빵

andazi

빵

mkate

토스트

mkate wa kubanika

비스킷

biskuti

버터

siagi

응유

maziwa mgando

케이크

keki

달걀

yai

계란 후라이

yai kukaanga

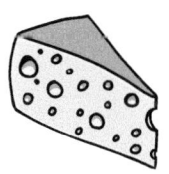

치즈

jibini

아이스크림

aiskrimu

설탕

sukari

꿀

asali

잼

jemu

누가 크림

kuenea kwa chokoleti

카레

mchuzi wa viungo

농장

shamba

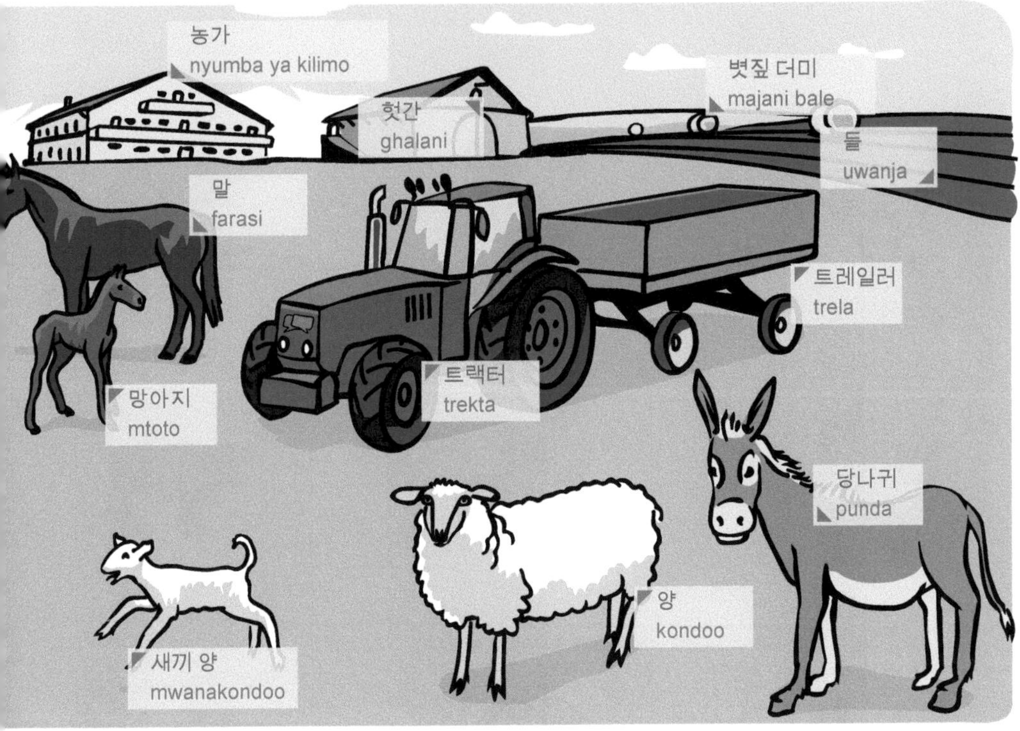

농가
nyumba ya kilimo
헛간
ghalani
볏짚 더미
majani bale
들
uwanja
말
farasi
트레일러
trela
트랙터
trekta
망아지
mtoto
당나귀
punda
양
kondoo
새끼 양
mwanakondoo

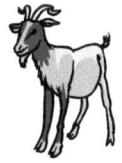

염소
mbuzi

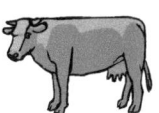

암소
ng'ombe

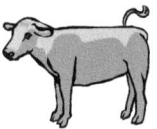

송아지
ndama

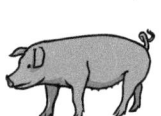

돼지
nguruwe

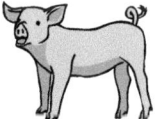

새끼 돼지
mwananguruwe

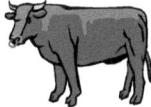

황소
fahali

거위
batabukini

오리
bata

병아리
kifaranga

암탉
kuku

수탉
jogoo

쥐
panya

고양이
paka

생쥐
panya

황소
ng'ombe

개
mbwa

개집
nyumba ya mbwa

정원용 호스
bomba la bustani

물뿌리개
debe la kumwagilia maji

큰 낫
fyekeo

쟁기
kulima

농장 - shamba

낫
mundu

괭이
jembe

쇠스랑
uma wa nyasi

도끼
shoka

외바퀴 손수레
toroli

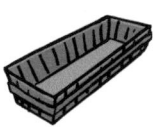

여물통
kupitia nyimbo

우유 캔
chombo cha maziwa

부대
gunia

울타리
ua

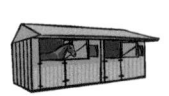

축사
imara

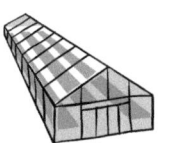

비닐하우스
chafu

땅
udongo

씨앗
mbegu

거름
mbolea

콤바인
kivunaji

수확하다

mavuno

수확

mavuno

참마

viazi vikuu

밀

ngano

콩

soya

감자

viazi

옥수수

mahindi

유채씨

rapa

과일나무

mti wa matunda

카사바

muhogo

곡식

nafaka

집
nyumba

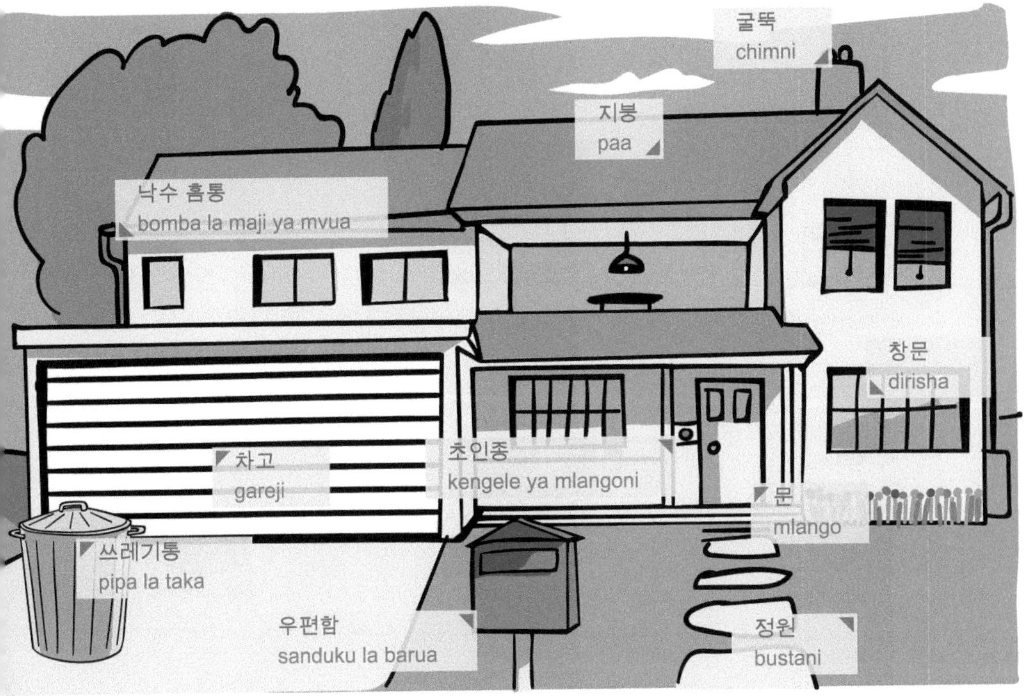

굴뚝
chimni
지붕
paa
낙수 홈통
bomba la maji ya mvua
창문
dirisha
차고
gareji
초인종
kengele ya mlangoni
문
mlango
쓰레기통
pipa la taka
우편함
sanduku la barua
정원
bustani

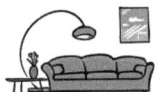

응접실

sebuleni

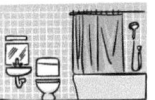

욕실

bafu

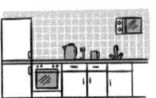

부엌

jikoni

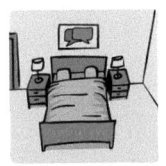

침실

chumba cha kulala

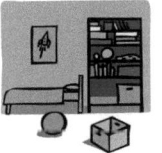

아이들 방

chumba ya mtoto

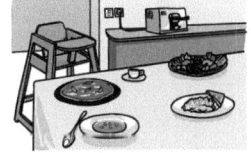

식사실

chumba cha kulia

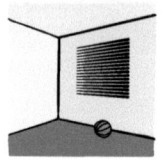

바닥

sakafu

벽

ukuta

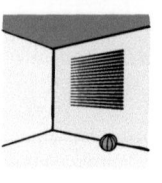

천장

dari

지하실

pishi

사우나

sauna

발코니

roshani

테라스

mtaro

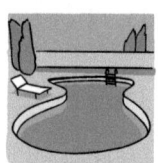

수영장

kidimbwi

잔디 깎는 기계

mashine ya kukata nyasi

침대 시트

karatasi

이불

kitambaa cha kupamba
kitanda

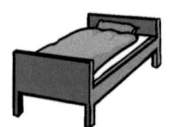

침대

kitanda

빗자루

ufagio

양동이

ndoo

스위치

kubadili

응접실

sebuleni

벽지
mandhari
그림
picha
전등
taa
캐비닛
kabati
선반
rafu
텔레비전
televisheni/runinga
벽난로
mekoni
꽃
ua
쿠션
mto
소파
sofa
꽃병
chombo cha maua
리모컨
kitenzambali

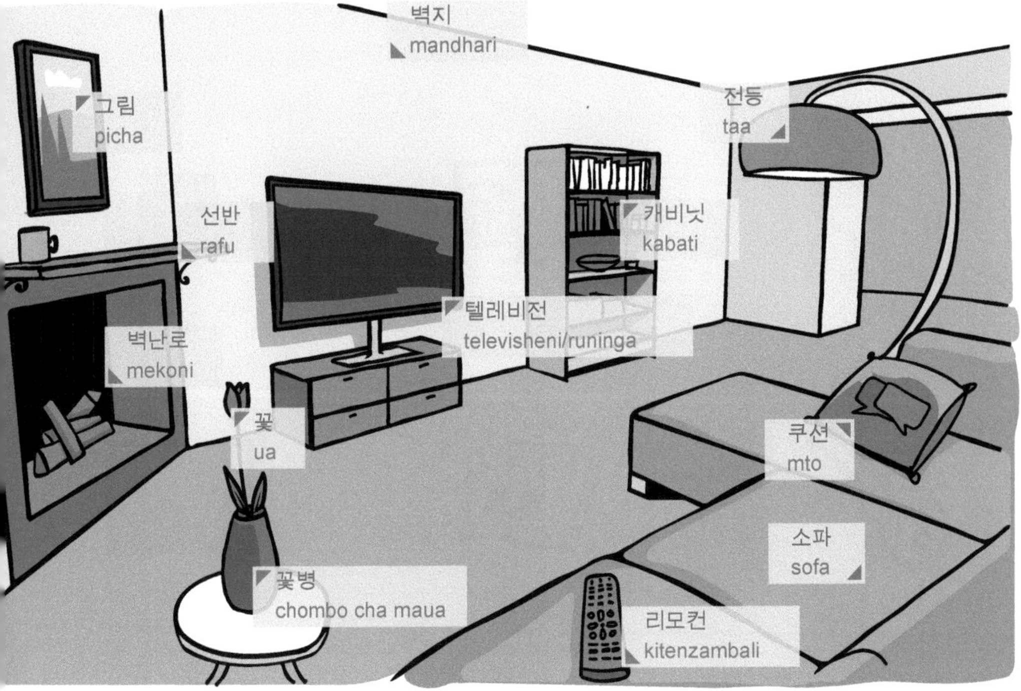

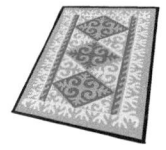

카페트

zulia

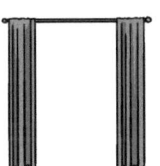

커튼

pazia

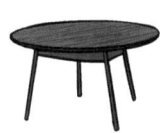

탁자

meza

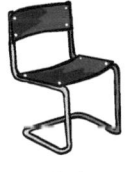

의자

kiti

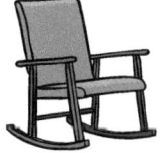

흔들의자

kiti cha bembea

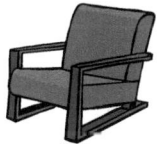

안락의자

armchair

책

kitabu

담요

blanketi

장식

mapambo

뗄감나무

kuni

영화

filamu

하이파이 기기

kifaa cha hi-fi

열쇠

ufunguo

신문

gazeti

회화

uchoraji

포스터

bango

라디오

redio

노트

daftari

진공청소기

kifyonza

선인장

dungusi kakati

초

mshumaa

부엌
jikoni

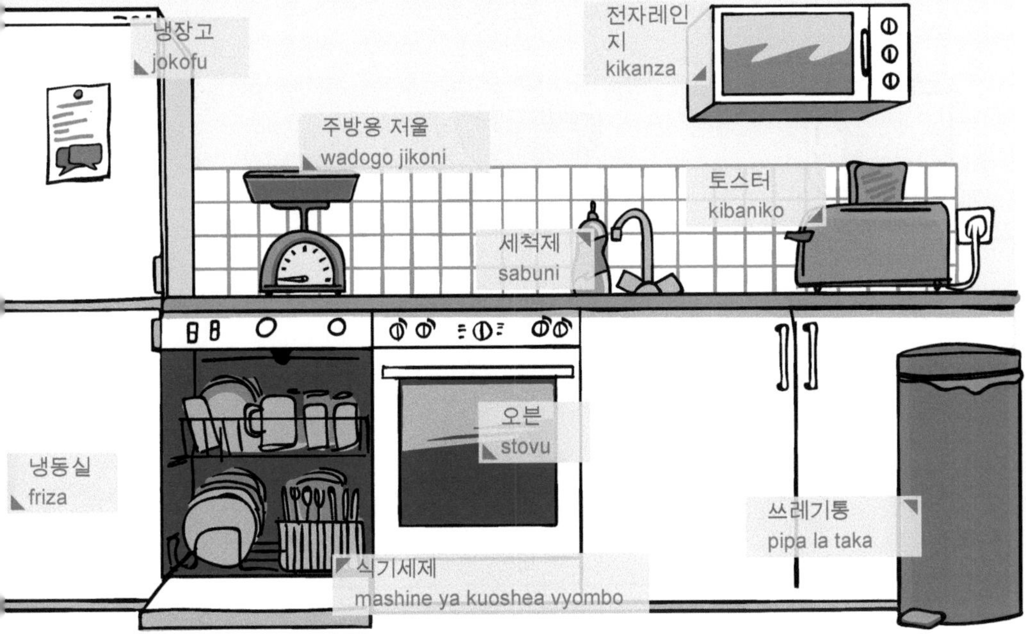
냉장고
jokofu
전자레인지
kikanza
주방용 저울
wadogo jikoni
토스터
kibaniko
세척제
sabuni
오븐
stovu
냉동실
friza
쓰레기통
pipa la taka
식기세제
mashine ya kuoshea vyombo

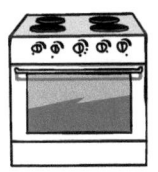

쿠커

jiko la kupika

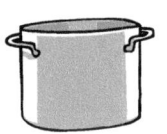

냄비

chungu

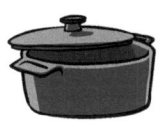

주철 냄비

sufuria ya chuma

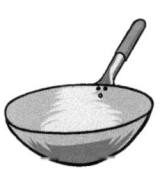

웍 / 카다이 냄비

wok / kadai

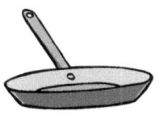

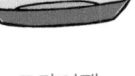

프라이팬

kaango

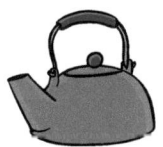

주전자

birika

찜기
stima

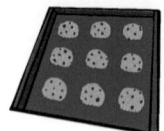

오븐 구이용 쟁반
sinia ya kuoka

그릇
vyombo vya udongo

머그
kombe

양푼이
bakuli

젓가락
vijiti vya kulia

국자
ukawa

주걱
mwiko mpana

거품기
burashi

여과기
kichujio

체
chujio

강판
mbuzi

절구
chokaa

바베큐
barbeque

화덕
moto wazi

도마

ubao wa majaribio

밀방망이

kijiti cha kusukuma unga

코르크 병따개

kizibuo

캔

kopo

캔 따개

inaweza kopo

냄비 받침

kishikio cha chungu

개수대

karo

솔

brashi

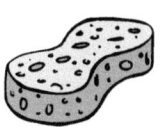

수세미

sifongo

블렌더

kisagaji matunda

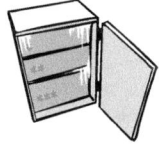

냉동고

friji ya kina

젖병

chupa ya mtoto

수도꼭지

bomba

욕실

bafu

히터
joto
샤워
mfereji wa kuogea
수건
taulo
샤워 커튼
pazia la kuogea
거품 비누
maji ya kuoga yenye povu
욕조
hodhi
유리잔
glasi
세탁기
mashine ya kuosha
수도꼭지
bomba
타일
vigae
변기
poti
개수대
karo

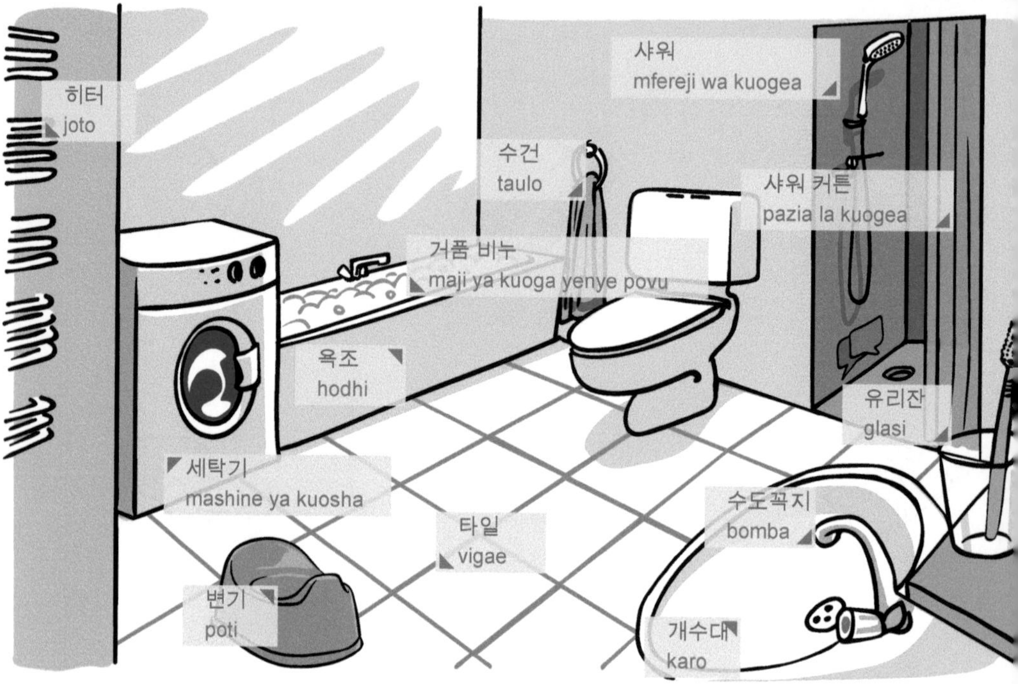

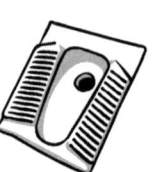

화장실
choo

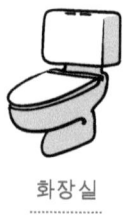

재래식 화장실
choo cha squat

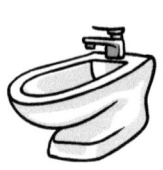

비데
beseni la mviringo

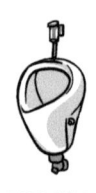

공중 변소
choo cha umma

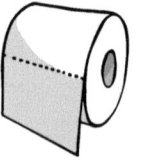

화장지
shashi

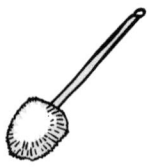

변기솔
brashi ya choo

치솔

mswaki

치약

dawa ya meno

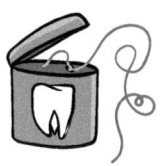

치실

dawa ya meno

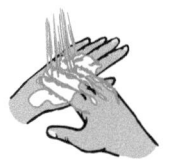

씻다

safisha

샤워기

kuoga mkono

질 세척제

msukumo wa maji

대야

bonde

등밀이솔

mpako wa pili

비누

sabuni

샤워 젤

jeli ya kuogea

샴푸

shampuu

물걸레

flana

배수관

toa maji

크림

krimu

체취 제거제

kiondoa harufu

거울
kioo

휴대용 거울
kioo mkono

면도기
kinyozi

면도 거품
povu la kunyoa

에프터쉐이브
baada ya kunyoa

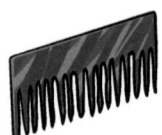

빗
kichana

솔
brashi

헤어드라이기
kikausha nywele

헤어스프레이
marashi ya nyewele

메이크업
vipodozi

립스틱
kidomwa

손톱깎이
varnish ya msumari

면 솜
pamba

손톱
mkasi wa kucha

향수
manukato

세면도구 주머니

mkoba wa kuosha

스툴

kinyesi

저울

mizani

목욕 가운

nguo ya kuoga

고무 장갑

glavu za mpira

탐폰

kisodo

생리대

sodo

화학 화장실

kemikali choo

아이들 방

chumba ya mtoto

자명종
saa ya kengele
털인형
kidoli cha kupakata
장난감 차
gari bandia
딸랑이
kelele
인형의 집
chumba cha midoli
선물
sasa

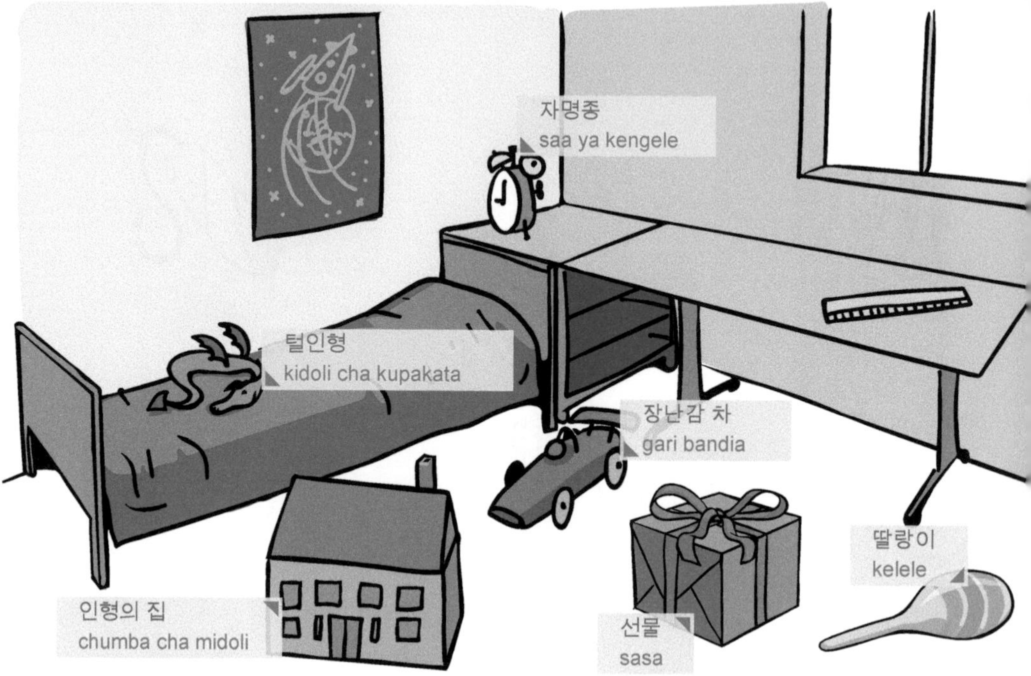

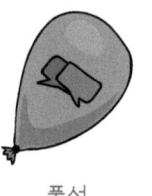

풍선

baluni

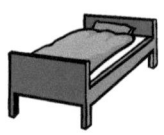

침대

kitanda

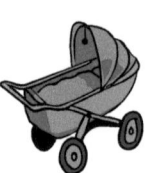

유모차

mashua

카드 게임

staha ya kadi

퍼즐

mchezo-fumb

SUPER
OMEGA

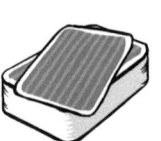

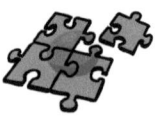

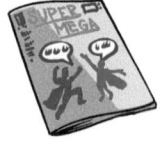

만화

vichekesho

레고
matofali lego

장난감 블럭
vitalu mwigo

액션 캐릭터
hatua takwimu

베이비 그로
suti ya kulalia

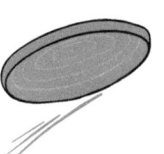

프리스비
kisahani

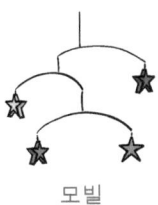

모빌
simu

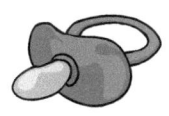

보드 게임
ubao wa michezo

주사위
kete

기차 모형 세트
garimoshi mwigo

노리개 젖꼭지
dummy

파티
chama

그림책
picha kitabu

공
mpira

인형
kikaragosi

놀다
kucheza

아이들 방 - chumba ya mtoto

모래상자

shimo la mchanga

그네

bembea

장난감

vitu bandia

비디오 게임 콘솔

kiweko cha video ya mchezo

세바퀴자전거

baiskeli ya magurudumu

곰인형

mwanasesere

옷장

kabati

matatu

의복

nguo

양말

soksi

스타킹

stokingi

스타킹

kibano

스카프
skafu

우산
mwavuli

티셔츠
fulana

허리띠
ukanda

부츠
viatu

슬리퍼
ndara

운동화
wakufunzi

샌들

malapa

신발

viatu

고무 장화

mabuti ya mpira

팬티

suruali ya ndani

브래지어

sidiria

러닝 셔츠

fulana

바디
mwili

바지
suruali

청바지
dangirizi

치마
sketi

블라우스
blauzi

셔츠
shati

풀오버
vuta

후드티
sweta

블레이저
bleza

자켓
jaketi

외투
koti

비옷
koti la mvua

의상
maleba

원피스
gauni

웨딩 드레스
mavazi ya harusi

양복

suti

나이트가운

vazi la usiku

잠옷

pajama

사리

sari

두건

skafu

터번

kilemba

부르카

burka

카프탄

kaftan

아바야

abaya

수영복

vazi la kuogelea

수영바지

vazi la kiume la kuogelea

반바지

kaptura

트레이닝복

teitei

앞치마

aproni

장갑

glavu

단추

kifungo

안경

glasi

팔찌

bangili

목걸이

mkufu

반지

pete

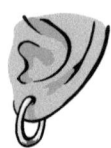

귀걸이

herini

캡 모자

kofia

옷걸이

kiango cha koti

모자

kofia

넥타이

tai

지퍼

zipu

헬멧

kofia

멜빵

kanda za suruali

교복

sare za shule

유니폼

sare

턱받이
bibu

노리개 젖꼭지
dummy

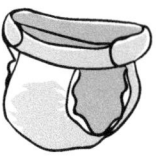

기저귀
nepi

사무실
ofisi

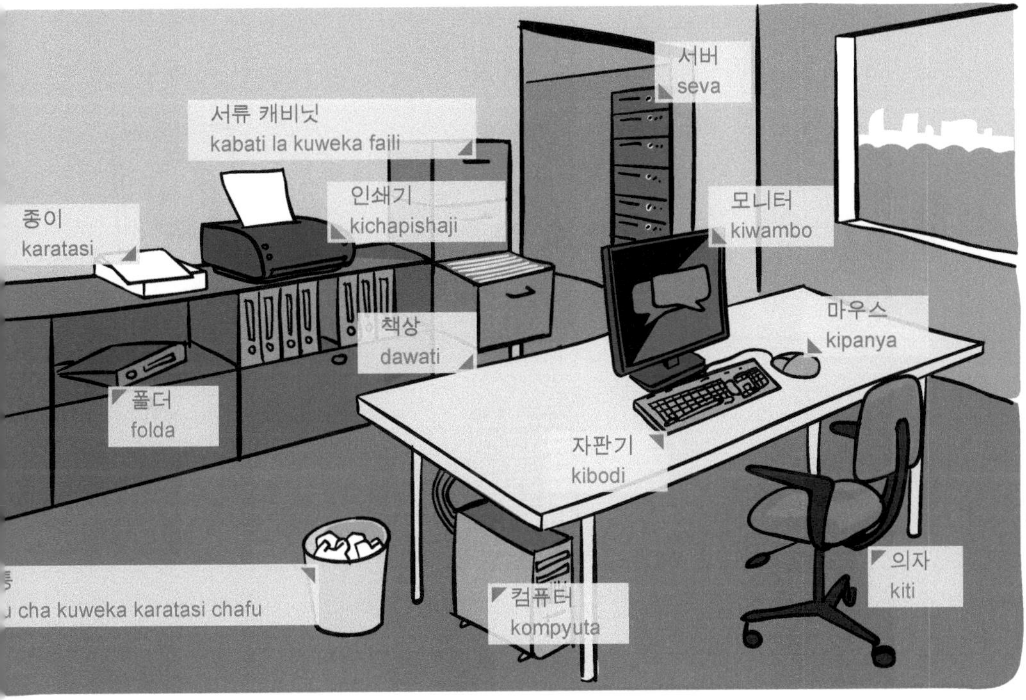

서버
seva

서류 캐비닛
kabati la kuweka faili

인쇄기
kichapishaji

모니터
kiwambo

종이
karatasi

마우스
kipanya

책상
dawati

폴더
folda

자판기
kibodi

의자
kiti

u cha kuweka karatasi chafu

컴퓨터
kompyuta

커피잔
kmobe la kahawa

계산기
kikokotoo

인터넷
biashara

노트북
mbali

편지
barua

메시지
ujumbe

휴대전화
rununu

네트워크
intaneti

복사기
fotokopia

소프트웨어
programu

전화
simu

플러그 소켓
soketi

팩시밀리
kipepesi

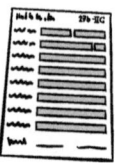

서식
fomu

서류
hati

사다

kununua

지불하다

kulipa

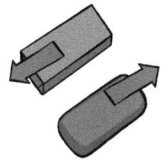

거래하다

biashara

돈

fedha

달러

dola

유로

yuro

엔

yeni

루블

rouble

스위스 프랑

faranga ya Uswisi

위안

renminbi yuan

루피

rupia

현금인출기

eneo la kulipia

환전소

ofisi ya ubadilishanaji

금

dhahabu

은

fedha

석유

mafuta

에너지

nishati

가격

bei

계약

mkataba

세금

kodi

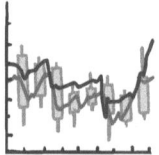

주식

bidhaa

일하다

kazi

근로자

mfanyakazi

고용주

mwajiri

공장

kiwanda

상점

duka

직업
kazi

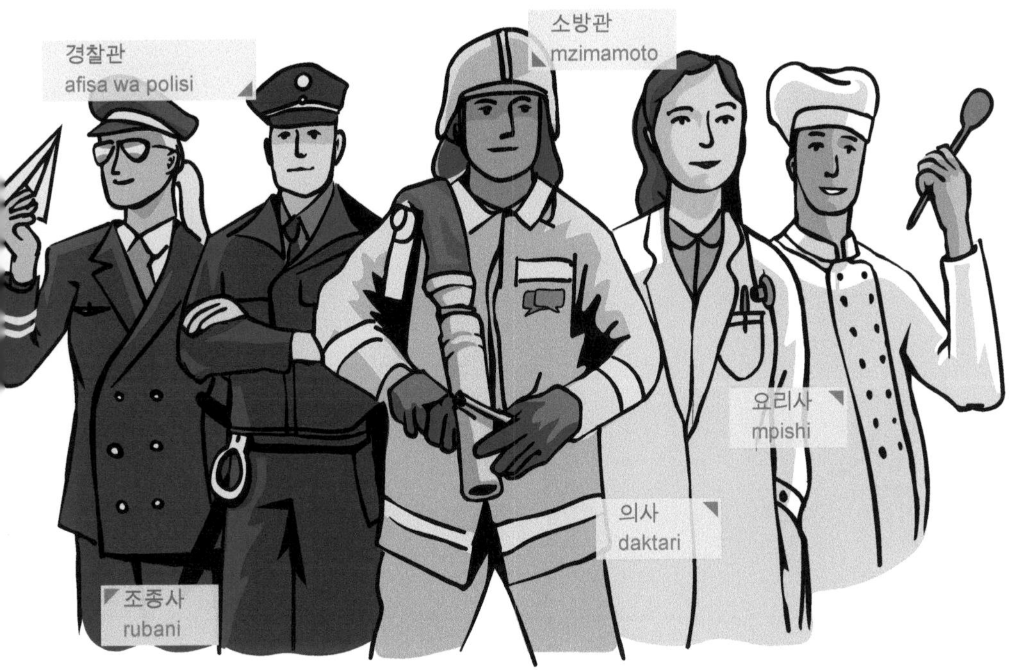
경찰관
afisa wa polisi
소방관
mzimamoto
요리사
mpishi
의사
daktari
조종사
rubani

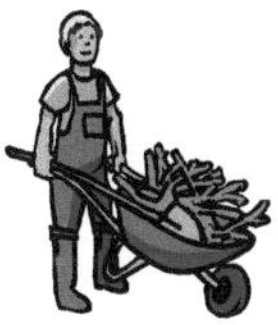

정원사
mtunza bustani

목수
seremala

수선공
mshonaji

판사
hakimu

화학자
mwanakemia

배우
muigizaji

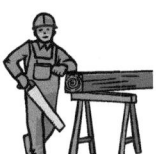

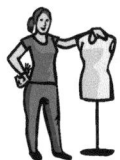

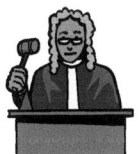

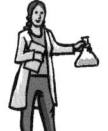

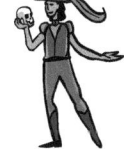

버스운전사

dereva wa basi

택시 운전사

dereva wa teksi

어부

mvuvi

청소부

mwanamke wa kusafisha

지붕 수리자

mwezekaji

웨이터

mhudumu

사냥꾼

mwindaji

화가

mchoraji

제빵사

mwokaji

전기업자

umeme

건축업자

mjenzi

엔지니어

mhandisi

정육점업자

mchinjaji

배관업자

fundi bomba

우편물 배달부

mwanaposta

직업 - kazi

군인

mwanajeshi

건축가

msanifu majengo

계산원

keshia

플로리스트

muuza maua

미용사

msusi

검표원

kondakta

정비사

mekanika

선장

nahodha

치과의사

daktari wa meno

학자

mwanasayansi

유대교 라비

rabbi

이맘

imamu

수도승

mtawa

사제

kasisi

연장

zana

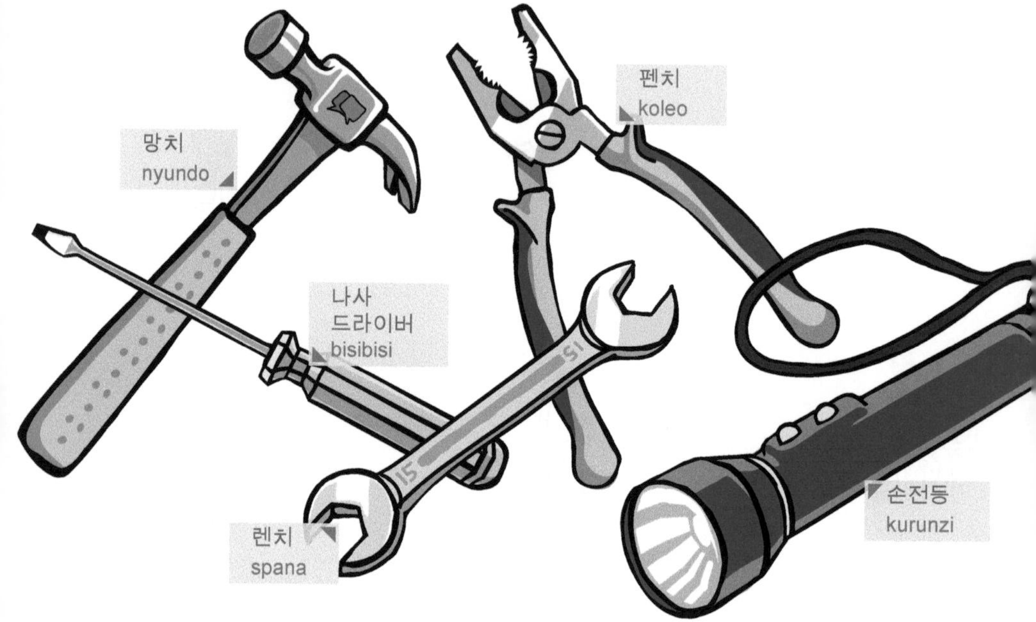

망치
nyundo
펜치
koleo
나사
드라이버
bisibisi
렌치
spana
손전등
kurunzi

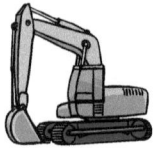

굴삭기

mchimbaji

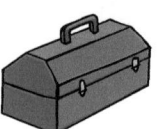

연장통

sanduku la vifaa

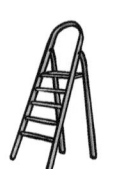

사다리

ngazi

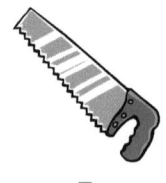

톱

msumeno

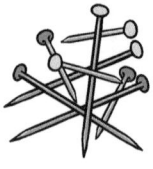

못

misumari

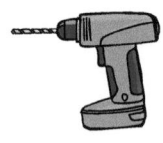

드릴

kuchimba visima

수리하다
kukarabati

삽
sepetu

젠장!
Lo!

쓰레받기
kishikio cha uchafu

페인트통
chungu cha rangi

나사
skurubu

악기
ala za muziki

스피커
spika

드럼
mpangilio wa ngoma

기타
gita

콘트라베이스
besi mara mbili

트럼펫
tarumbeta

피아노

piano

바이올린

fidla

베이스

ubeji

팀파니

timpani

북

ngoma

키보드

kibodi

색소폰

saksafoni

플루트

filimbi

마이크

maikrofoni

동물원

bustani ya wanyama

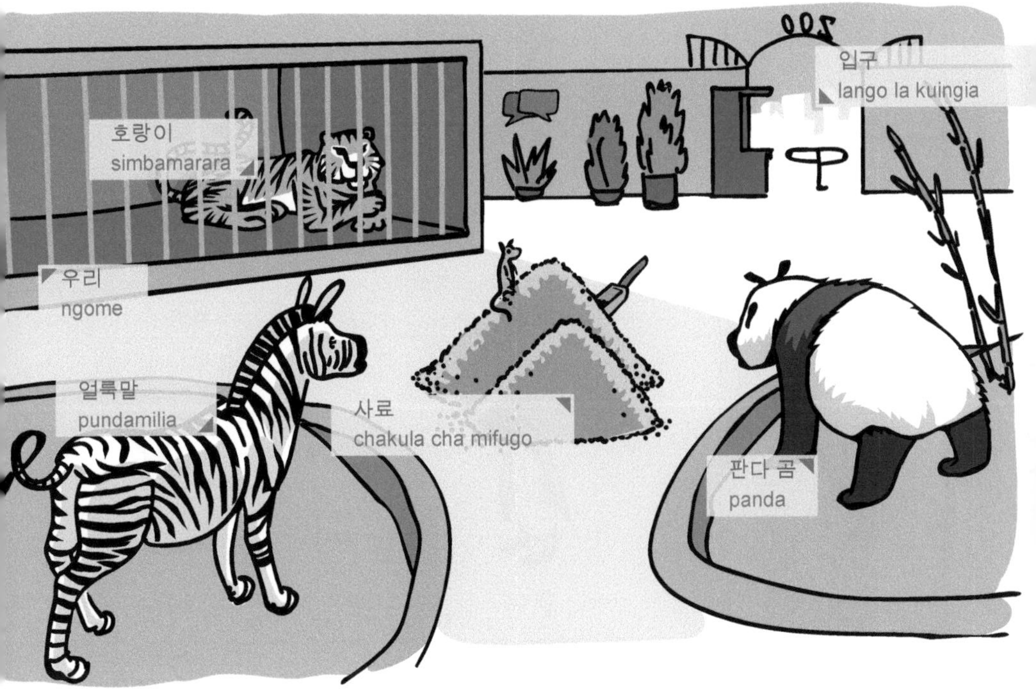

zoo
입구
lango la kuingia
호랑이
simbamarara
우리
ngome
얼룩말
pundamilia
사료
chakula cha mifugo
판다 곰
panda

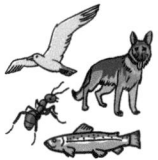

동물

wanyama

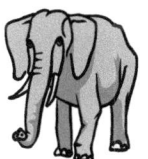

코끼리

tembo

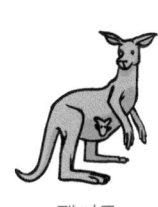

캥거루

kangaruu

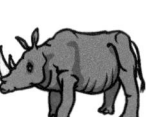

코뿔소

kifaru

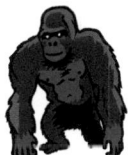

고릴라

sokwe

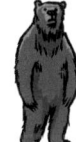

곰

dubu

낙타
ngamia

타조
mbuni

사자
simba

원숭이
tumbili

홍학
heroe

앵무새
kasuku

북극곰
dubu

펭귄
penguini

상어
papa

공작
tausi

뱀
nyoka

악어
mamba

동물원 사육사
mtunza wanyama

물개
muhuri

재규어
jaguar

조랑말

mwanafarasi

표범

chui

하마

kiboko

기린

twiga

독수리

tai

맷돼지

nguruwe mwitu

생선

samaki

거북이

kobe

바다코끼리

sili

여우

mbweha

영양

paa

미식축구
soka ya marekani

자전거 경기
uendeshaji baiskeli

테니스
tenisi

농구
mpira wa kikapu

수영
kuogelea

아이스하키
magongo ya barafuni

권투
ndondi

축구
soka

배드민턴
vinyoya

육상 경기
riadha

핸드볼
mpira wa mikono

스키
skii

폴로
polo

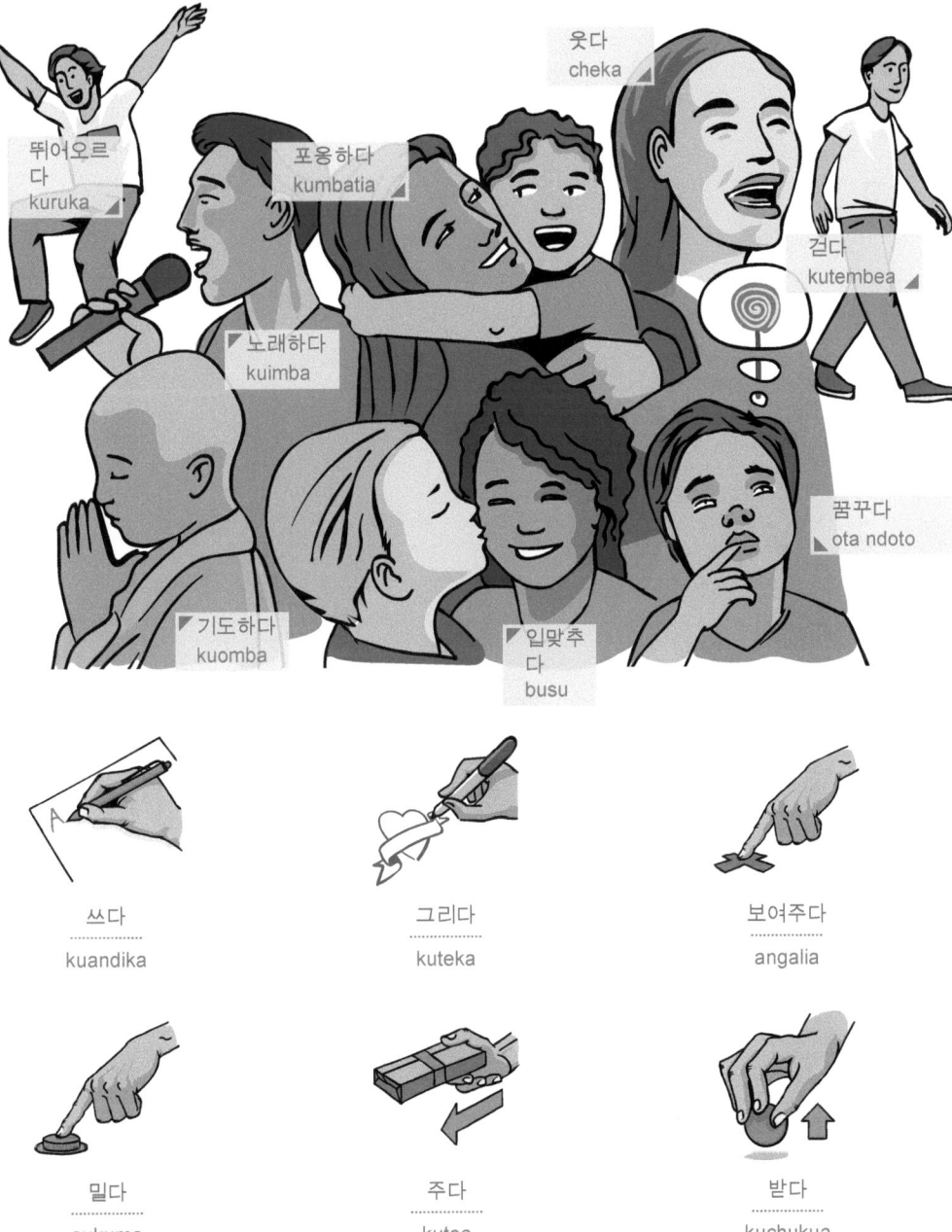

옷다
cheka

뛰어오르다
kuruka

포옹하다
kumbatia

걷다
kutembea

노래하다
kuimba

꿈꾸다
ota ndoto

기도하다
kuomba

입맞추다
busu

쓰다
kuandika

그리다
kuteka

보여주다
angalia

밀다
sukuma

주다
kutoa

받다
kuchukua

가지다

kuwa

행하다

fanya

...이다

kuwa

서있다

kusimama

뛰다

kukimbia

당기다

vuta

던지다

kutupa

떨어지다

kuanguka

누워있다

hadaa

기다리다

kusubiri

운반하다

kubeba

앉다

kukaa

옷을 입다

vaa nguo

자다

usingizi

깨다

kuamka

보다
kuangalia

울다
lia

쓰다듬다
kiharusi

빗다
chana nywele

말하다
ongea

이해하다
kuelewa

묻다
kuuliza

듣다
kusikiliza

마시다
kunywa

먹다
kula

정리하다
nadhifisha

사랑하다
upendo

요리하다
mpishi

주행하다
gari

날다
kuruka

활동 - shughuli

해항하다
meli

계산하다
kokotoa

읽다
kusoma

배우다
kujifunza

일하다
kazi

결혼하다
kuoa

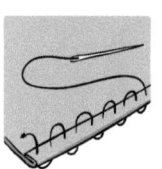

바느질하다
kushona

이를 닦다
piga mswaki

죽이다
kuua

담배 피우다
moshi

보내다
kutuma

할머니
bibi

할아버지
babu

아버지
baba

어머니
mama

아기
mtoto

딸
binti

아들
bin

손님

mgeni

이모 / 고모

shangazi

삼촌

mjomba

형제

kaka

자매

dada

몸통

mwili

이마
paji la uso
눈
jicho
얼굴
uso
턱
kidevu
가슴
matiti
손가락
kidole
손가락
mkono
팔
mkono
어깨
bega
다리
mguu

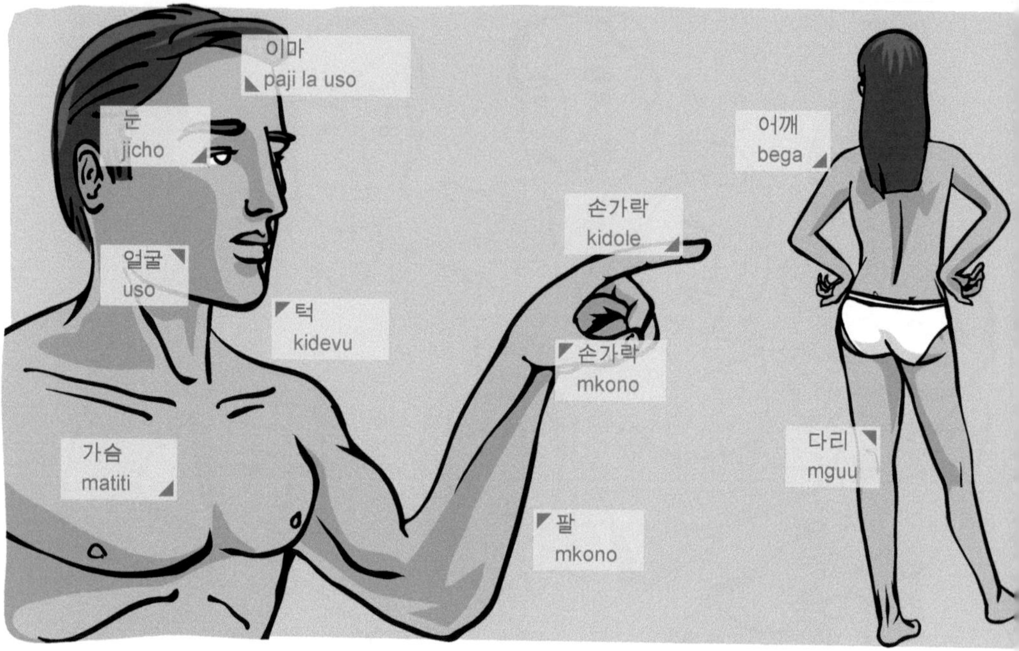

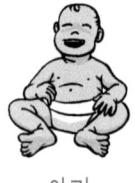

아기
mtoto

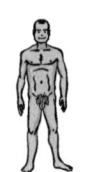

남자
mwanamume

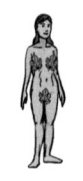

여자
mwanamke

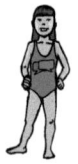

소녀
msichana

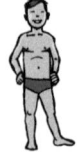

소년
mvulana

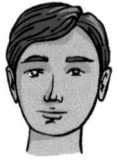

머리카락
kichwa

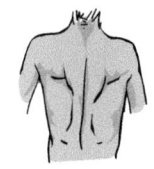

등

nyuma

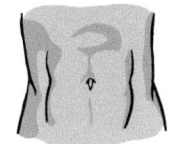

배

tumbo

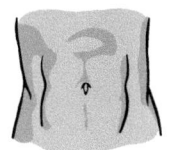

배꼽

kitovu

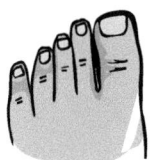

발가락

chano

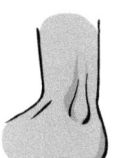

발꿈치

kisigino

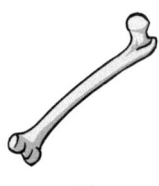

뼈

mfupa

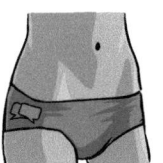

엉덩이

nyonga

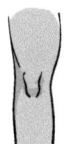

무릎

goti

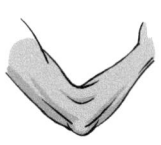

팔꿈치

kiwiko

코

pua

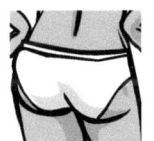

둔부

chini

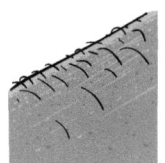

피부

ngozi

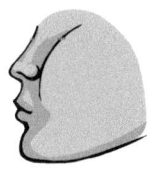

뺨

shavu

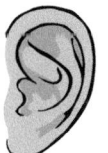

귀

sikio

입술

mdomo

입
kinywa

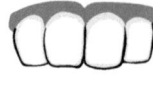

치아
jino

혀
ulimi

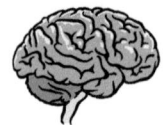

뇌
ubongo

심장
moyo

근육
misuli

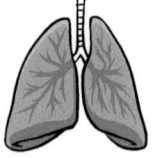

허파
pafu

간
ini

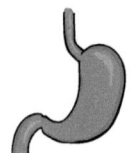

위
tumbo

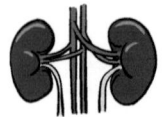

신장
figo

성교
jinsia

콘돔
kondomu

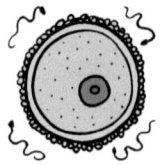

난자
ovari

정자
shahawa

임신
mimba

몸통 - mwili

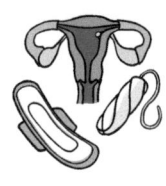

월경
....
hedhi

질
....
uke

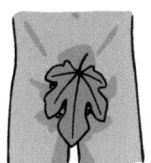

음경
....
uume

눈썹
....
unyusi

머리카락
....
nywele

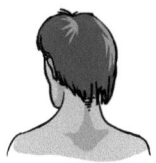

목
....
shingo

병원
hospitali

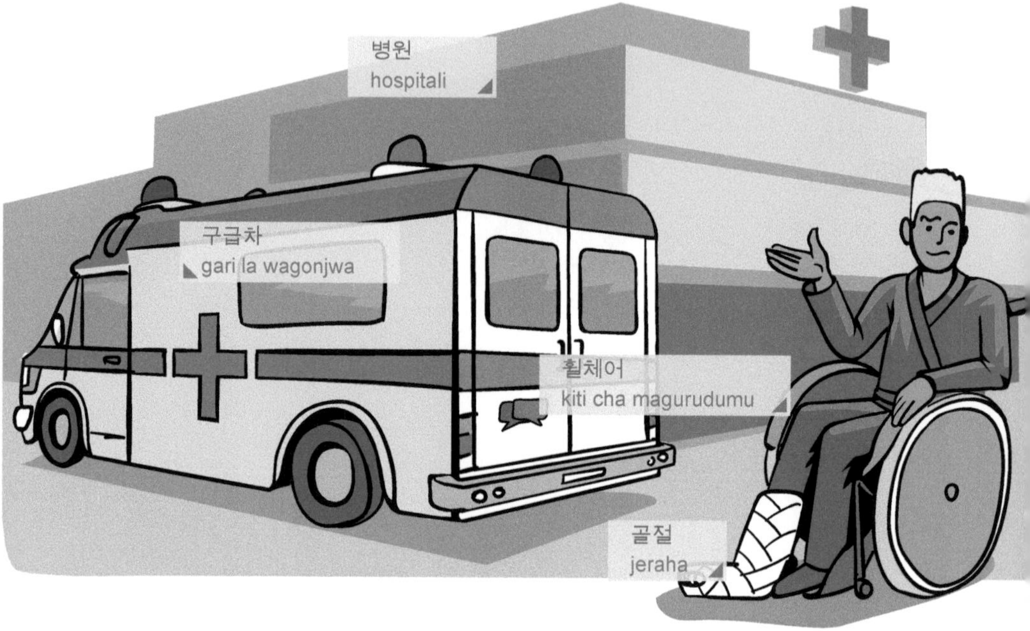

병원
hospitali
구급차
gari la wagonjwa
휠체어
kiti cha magurudumu
골절
jeraha

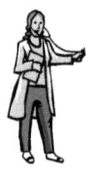

의사
daktari

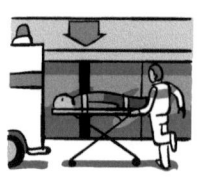

응급실
chumba cha dharura

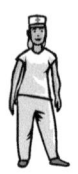

간호사
muuguzi

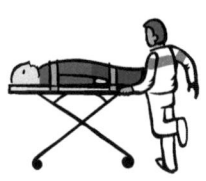

응급상황
dharura

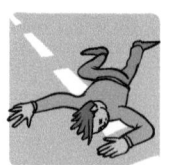

혼수상태
kupoteza fahamu

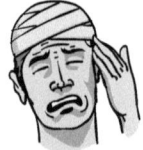

통증
maumivu

부상

kuumia

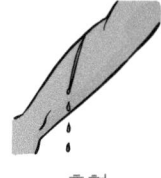

출혈

kutokwa na damu

심장마비

mshtuko wa moyo

뇌졸중

kiharusi

알러지

mzio

기침

kikohozi

열

homa

독감

mafua

설사

kuharisha

두통

maumivu ya kichwa

암

kansa

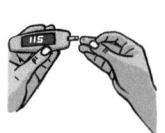

당뇨병

ugonjwa wa kisukari

외과의

daktari mpasuaji

수술용 메스

kisu kidogo cha kupasulia

수술

operesheni

CT

picha changanufu ya mwili

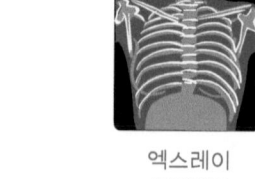

엑스레이

Eksrei

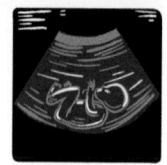

초음파

mawimbi sauti

마스크

barakoa ya uso

질병

ugonjwa

대기실

chumba cha kusubiri

목발

mkongojo

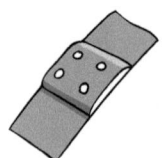

반창고

plasta

붕대

bendeji

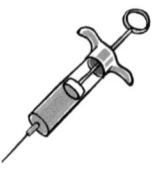

주사

sindano

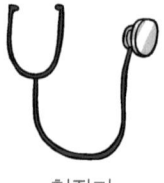

청진기

stetoskopu

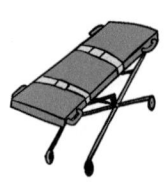

들것

machela

체온계

kipimajoto cha kliniki

출생

kuzaliwa

과체중

unene kupita kiasi

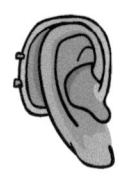

보청기

kusikia misaada

소독약

kipukusi

감염

maambukizi

바이러스

virusi

HIV / AIDS

VVU / UKIMWI

의학

dawa

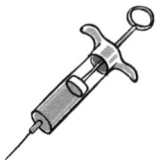

예방접종

chanjo

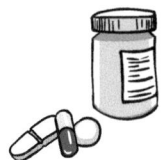

알약

vidonge

알약

kidonge

구급 전화

simu ya dharura

혈압측정기

haemodainamometa

병든 / 건강한

mgonjwa / mwenye afya

도와주세요!

Msaada!

경보음

kengele

폭행

pigo

공격

shambulizi

위험

hatari

비상구

lango la dharura

불이야!

Moto!

소화기

kizima moto

사고

ajali

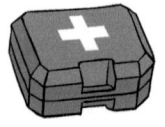

구급 상자

vifaa vya huduma ya kwanza

SOS

wito wa msaada

경찰

polisi

유럽

Ulaya

북미

Amerika ya Kaskazini

남미

Amerika ya Kusini

아프리카

Afrika

아시아

Asia

호주

Australia

북극

Atlantiki

태평양

Pasifiki

인도양

Bahari ya Hindi

남극해

Bahari ya Antaktiki

북극해

Bahari ya Aktiki

북극해

Ncha ya Kaskazini

남극해

Ncha ya Kusini

남극

Antaktika

지구

dunia

육지

nchi

바다

bahari

섬

kisiwa

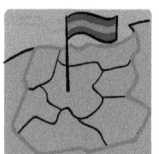

국가

taifa

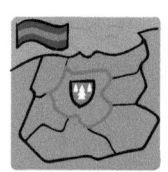

주

jimbo

시계 문자판

uso wa saa

시침

akrabu ya saa

분침

akrabu ya dakika

초침

akrabu ya sekunde

몇 시입니까?

Ni saa ngapi?

일

siku

시간

wakati

지금

sasa

디지털 시계

saa ya dijitali

분

dakika

시간

saa

월요일
Jumatatu
MO

수요일
Jumatano
W

금요일
Ijumaa
FR

TU

TH

SA

화요일
Jumanne

토요일
Jumamosi

목요일
Alhamisi

SO

일요일
Jumapili

어제
jana

오늘
leo

내일
kesho

아침
asubuhi

정오
saa sita mchana

저녁
jioni

근로일
siku za biashara

주말
mwishoni mwa wiki

년도

mwaka

비
mvua
무지개
upinde wa mvua
눈
theluji
바람
upepo
봄
majira ya machipuko
가을
vuli
여름
kiangazi
겨울
majira ya baridi

4.APRIL 11°
5.APRIL 4°
6.APRIL 13°
7.APRIL 8°
8.APRIL 10°

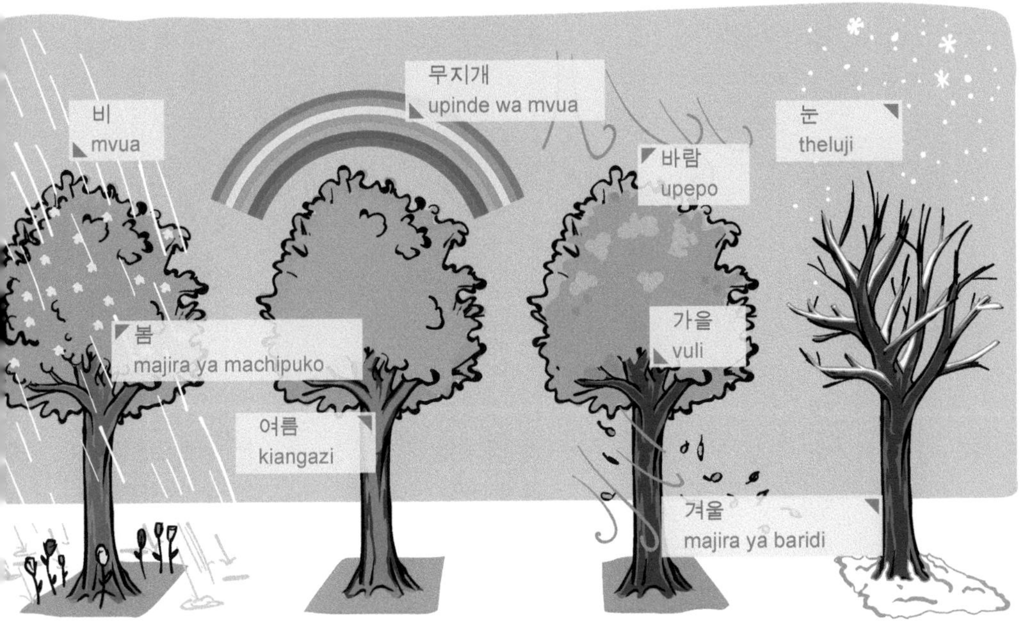

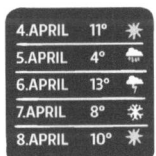

날씨 예보

utabiri wa hali ya hewa

F
C
120
90
60
30
0
-30
40
30
20
10
0
-10
-20

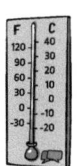

온도계

kipimajoto

햇빛

mwanga wa jua

구름

wingu

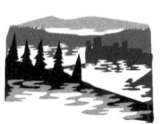

안개

ukungu

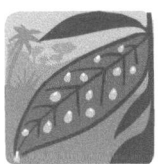

습도

unyevu

번개

umeme

천둥

radi

폭풍

dhoruba

우박

mvua ya mawe

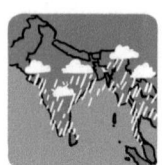

장마

monsuni

홍수

mafuriko

얼음

barafu

1월

Januari

2월

Februari

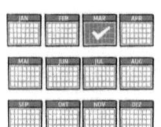

3월

Machi

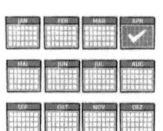

4월

Aprili

5월

Mei

6월

Juni

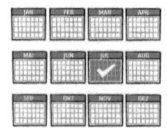

7월

Julai

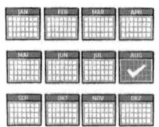

8월

Agosti

년도 - mwaka

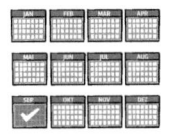

9월
....
Septemba

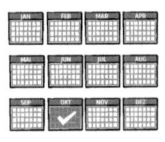

10월
....
Oktoba

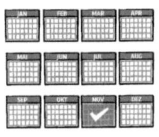

11월
....
Novemba

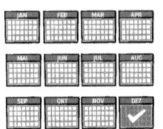

12월
....
Desemba

원
....
mduara

정사각형
....
mraba

직사각형
....
mstatili

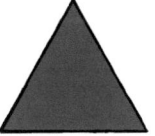

삼각형
....
pembetatu

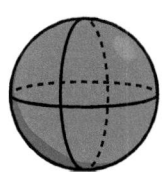

구
....
nyanja

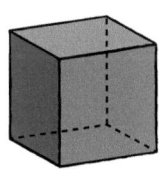

정사면체
....
mchemraba

하양

nyeupe

노랑

manjano

주황

chungwa

분홍

rangi ya waridi

빨강

nyekundu

보라

hudhurungi

파랑

bluu

초록

kijani

갈색

hanja

회색

jivujivu

검정

nyeusi

많은 / 적은

mengi / kidogo

화난 / 차분한

hasira / pole

아름다운 / 추한

nzuri / mbaya

시작 / 끝

mwanzo / mwisho

큰 / 작은

kubwa / ndogo

밝은 / 어두운

angavu / giza

형제 / 자매

kaka / dada

깨끗한 / 더러운

safi / chafu

완전한 / 불완전한

kamilika / tokamilika

낮 / 밤

siku / usiku

죽은 / 산

wafu / hai

넓은 / 좁은

pana / nyembamba

삭용의 / 비식용의

kulika / kutolika

불친절한 / 친절한

ovu / ema

흥분된 / 지루한

sisimkwa / udhika

뚱뚱한 / 마른

nene / nyembamba

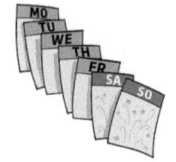

처음으로 / 마지막으로

kwanza / mwisho

친구 / 적

rafiki / adui

꽉 찬 / 텅 빈

jaa / tupu

딱딱한 / 부드러운

ngumu / laini

무거운 / 가벼운

nzito / nyepesi

배고픔 / 목마름

njaa / kiu

병든 / 건강한

mgonjwa / mwenye afya

불법 / 합법

haramu / kisheria

영리한 / 어리석은

akili / kijinga

왼 / 오른

kushoto / kulia

가까운 / 먼

karibu / mbali

새 / 헌

mpya / kutumika

무 / 유

kitu / jambo

늙은 / 젊은

zee / changa

온 / 오프

waka / zima

열린 / 닫힌

wazi / fungwa

조용한 / 시끄러운

utulivu / kelele

부유한 / 가난한

tajiri / masikini

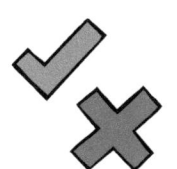

옳은 / 틀린

sahihi / kosa

거친 / 매끄러운

mbaya / laini

슬픈 / 기쁜

huzunika / furahia

짧은 / 긴

fupi /ndefu

느린 / 빠른

polepole / haraka

젖은 / 마른

nyevu / kavu

따뜻한 / 시원한

joto / baridi

전쟁 / 평화

vita / amani

0

영

sufuri

1

하나

moja

2

둘

mbili

3

셋

tatu

4

넷

nne

5

다섯

tano

6

여섯

sita

7

일곱

saba

8

여덟

nane

9

아홉

tisa

10

열

kumi

11

열하나

kumi na moja

12

열둘

kumi na mbili

13

열셋

kumi na tatu

14

열넷

kumi na nne

15

열다섯

kumi na tano

16

열여섯

kumi na sita

17

열일곱

kumi na saba

18

열여덟

kumi na nane

19

열아홉

kumi na tisa

20

스물

ishirini

100

백

mia

1.000

천

elfu

1.000.000

백만

milioni

영어
Kiingereza

미국식 영어
Kiingereza cha Marekani

중국어 만다린
Kimandarini cha Uchina

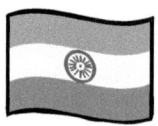

힌두어
Kihindi

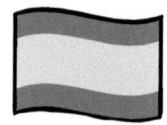

스페인어
Kihispania

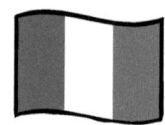

프랑스어
Kifaransa

아랍어
Kiarabu

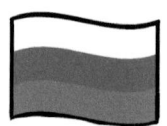

러시아어
Kirusi

포르투갈어
Kireno

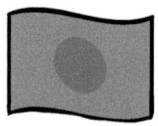

불가리아어
Kibengali

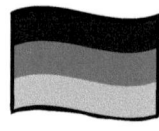

독일어
Kijerumani

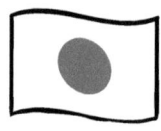

일본어
Kijapani

나
mimi

너
wewe

그 / 그녀/ 그것
yeye / yeye / ni

우리
sisi

너희들
wewe

그들
wao

누가?
nani?

무엇이?
nini?

어떻게?
jinsi gani?

어디서?
wapi?

언제?
lini?

이름
jina

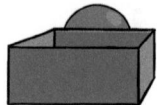

뒤에

nyuma

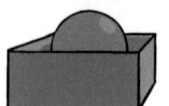

안에

katika

앞에

mbele ya

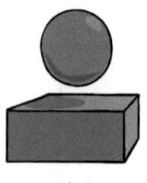

위에

juu ya

위에

kwenye

아래에

chini ya

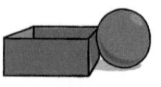

옆에

kando

사이에

kati

장소

mahali